TRANZLATY

La Langue est pour tout le Monde

Ngôn ngữ dành cho tất cả mọi người

La Belle et la Bête

Người đẹp và quái vật

Gabrielle-Suzanne Barbot de Villeneuve

Français / Tiếng Việt

Copyright © 2025 Tranzlaty
All rights reserved
Published by Tranzlaty
ISBN: 978-1-80572-068-3
Original text by Gabrielle-Suzanne Barbot de Villeneuve
La Belle et la Bête
First published in French in 1740
Taken from The Blue Fairy Book (Andrew Lang)
Illustration by Walter Crane
www.tranzlaty.com

Il était une fois un riche marchand
Ngày xưa có một thương gia giàu có
ce riche marchand avait six enfants
Người thương gia giàu có này có sáu người con
il avait trois fils et trois filles
ông có ba người con trai và ba người con gái
il n'a épargné aucun coût pour leur éducation
ông không tiếc chi phí cho việc giáo dục của họ
parce qu'il était un homme sensé
bởi vì anh ấy là một người đàn ông có ý thức
mais il a donné à ses enfants de nombreux serviteurs
nhưng ông đã cho con cái mình nhiều người hầu
ses filles étaient extrêmement jolies
các con gái của ông ấy cực kỳ xinh đẹp
et sa plus jeune fille était particulièrement jolie
và cô con gái út của ông đặc biệt xinh đẹp
Déjà enfant, sa beauté était admirée
khi còn nhỏ vẻ đẹp của cô đã được ngưỡng mộ
et les gens l'appelaient à cause de sa beauté
và mọi người gọi cô ấy bằng vẻ đẹp của cô ấy
sa beauté ne s'est pas estompée avec l'âge
vẻ đẹp của cô ấy không hề phai nhạt khi cô ấy già đi
alors les gens ont continué à l'appeler par sa beauté
vì vậy mọi người vẫn gọi cô ấy bằng vẻ đẹp của cô ấy
cela a rendu ses sœurs très jalouses
điều này làm cho chị em cô ấy rất ghen tị
les deux filles aînées avaient beaucoup de fierté
hai cô con gái lớn có lòng tự hào rất lớn
leur richesse était la source de leur fierté
sự giàu có của họ là nguồn gốc của lòng tự hào của họ
et ils n'ont pas caché leur fierté non plus
và họ cũng không che giấu lòng tự hào của mình
ils n'ont pas rendu visite aux filles d'autres marchands
họ không đến thăm con gái của những thương gia khác
parce qu'ils ne rencontrent que l'aristocratie
bởi vì họ chỉ gặp gỡ với tầng lớp quý tộc

ils sortaient tous les jours pour faire la fête
họ đi dự tiệc mỗi ngày
bals, pièces de théâtre, concerts, etc.
bóng, vở kịch, buổi hòa nhạc, v.v.
et ils se moquèrent de leur plus jeune sœur
và họ cười nhạo cô em gái út của họ
parce qu'elle passait la plupart de son temps à lire
bởi vì cô ấy dành phần lớn thời gian để đọc
il était bien connu qu'ils étaient riches
người ta đều biết rằng họ giàu có
alors plusieurs marchands éminents ont demandé leur main
vì vậy một số thương gia nổi tiếng đã yêu cầu giúp đỡ họ
mais ils ont dit qu'ils n'allaient pas se marier
nhưng họ nói rằng họ sẽ không kết hôn
mais ils étaient prêts à faire quelques exceptions
nhưng họ đã chuẩn bị để đưa ra một số ngoại lệ
« Peut-être que je pourrais épouser un duc »
"có lẽ tôi có thể kết hôn với một Công tước"
« Je suppose que je pourrais épouser un comte »
"Tôi đoán tôi có thể kết hôn với một Bá tước"
Belle a remercié très civilement ceux qui lui ont proposé
người đẹp rất lịch sự cảm ơn những người đã cầu hôn cô ấy
elle leur a dit qu'elle était encore trop jeune pour se marier
cô ấy nói với họ rằng cô ấy vẫn còn quá trẻ để kết hôn
elle voulait rester quelques années de plus avec son père
cô ấy muốn ở lại thêm vài năm với cha cô ấy
Tout d'un coup, le marchand a perdu sa fortune
Đột nhiên người thương gia mất hết tài sản
il a tout perdu sauf une petite maison de campagne
anh ấy đã mất tất cả mọi thứ ngoại trừ một ngôi nhà nhỏ ở nông thôn
et il dit à ses enfants, les larmes aux yeux :
và ông nói với các con mình trong nước mắt:
« il faut aller à la campagne »
"chúng ta phải đi về vùng nông thôn"
« et nous devons travailler pour gagner notre vie »

"và chúng ta phải làm việc để kiếm sống"
les deux filles aînées ne voulaient pas quitter la ville
hai cô con gái lớn không muốn rời khỏi thị trấn
ils avaient plusieurs amants dans la ville
họ có nhiều người tình trong thành phố
et ils étaient sûrs que l'un de leurs amants les épouserait
và họ chắc chắn rằng một trong những người tình của họ sẽ cưới họ
ils pensaient que leurs amants les épouseraient même sans fortune
họ nghĩ rằng người yêu của họ sẽ cưới họ ngay cả khi không có tài sản
mais les bonnes dames se sont trompées
nhưng những người phụ nữ tốt đã nhầm lẫn
leurs amants les ont abandonnés très vite
người tình của họ đã bỏ rơi họ rất nhanh chóng
parce qu'ils n'avaient plus de fortune
bởi vì họ không còn tài sản nữa
cela a montré qu'ils n'étaient pas vraiment appréciés
điều này cho thấy họ thực sự không được yêu thích
tout le monde a dit qu'ils ne méritaient pas d'être plaints
mọi người đều nói rằng họ không xứng đáng được thương hại
« Nous sommes heureux de voir leur fierté humiliée »
"Chúng tôi rất vui khi thấy lòng kiêu hãnh của họ được hạ thấp"
« Qu'ils soient fiers de traire les vaches »
"hãy để họ tự hào vì được vắt sữa bò"
mais ils étaient préoccupés par Belle
nhưng họ quan tâm đến vẻ đẹp
elle était une créature si douce
cô ấy là một sinh vật thật ngọt ngào
elle parlait si gentiment aux pauvres
cô ấy nói chuyện rất tử tế với những người nghèo
et elle était d'une nature si innocente
và cô ấy có bản chất ngây thơ như vậy
Plusieurs messieurs l'auraient épousée

Một số quý ông đã muốn cưới cô ấy
ils l'auraient épousée même si elle était pauvre
họ sẽ cưới cô ấy mặc dù cô ấy nghèo
mais elle leur a dit qu'elle ne pouvait pas les épouser
nhưng cô ấy nói với họ rằng cô ấy không thể kết hôn với họ
parce qu'elle ne voulait pas quitter son père
bởi vì cô ấy không muốn rời xa cha mình
elle était déterminée à l'accompagner à la campagne
cô ấy quyết định đi cùng anh ấy đến vùng nông thôn
afin qu'elle puisse le réconforter et l'aider
để cô ấy có thể an ủi và giúp đỡ anh ấy
pauvre Belle était très affligée au début
Người đẹp tội nghiệp lúc đầu rất buồn rầu
elle était attristée par la perte de sa fortune
cô ấy đau buồn vì mất đi tài sản của mình
"Mais pleurer ne changera pas mon destin"
"nhưng khóc lóc sẽ không thay đổi được vận mệnh của tôi"
« Je dois essayer de me rendre heureux sans richesse »
"Tôi phải cố gắng làm cho mình hạnh phúc mà không cần giàu có"
ils sont venus dans leur maison de campagne
họ đã đến ngôi nhà ở quê của họ
et le marchand et ses trois fils s'appliquèrent à l'agriculture
và người thương gia cùng ba người con trai của ông đã tận tụy với nghề nông
Belle s'est levée à quatre heures du matin
vẻ đẹp đã nở vào lúc bốn giờ sáng
et elle s'est dépêchée de nettoyer la maison
và cô ấy vội vã dọn dẹp nhà cửa
et elle s'est assurée que le dîner était prêt
và cô ấy đảm bảo bữa tối đã sẵn sàng
au début, elle a trouvé sa nouvelle vie très difficile
lúc đầu cô ấy thấy cuộc sống mới của mình rất khó khăn
parce qu'elle n'était pas habituée à un tel travail
vì cô ấy chưa quen với công việc như vậy
mais en moins de deux mois elle est devenue plus forte

nhưng trong vòng chưa đầy hai tháng cô ấy đã trở nên mạnh mẽ hơn
et elle était en meilleure santé que jamais auparavant
và cô ấy khỏe mạnh hơn bao giờ hết
après avoir fait son travail, elle a lu
sau khi cô ấy đã làm xong công việc của mình, cô ấy đã đọc
elle jouait du clavecin
cô ấy chơi đàn harpsichord
ou elle chantait en filant de la soie
hoặc cô ấy hát trong khi cô ấy kéo tơ
au contraire, ses deux sœurs ne savaient pas comment passer leur temps
ngược lại, hai chị gái của cô ấy không biết cách sử dụng thời gian của họ
ils se sont levés à dix heures et n'ont rien fait d'autre que paresser toute la journée
họ thức dậy lúc mười giờ và chẳng làm gì ngoài việc lười biếng cả ngày
ils ont déploré la perte de leurs beaux vêtements
họ than thở về việc mất đi những bộ quần áo đẹp của họ
et ils se sont plaints d'avoir perdu leurs connaissances
và họ phàn nàn về việc mất đi những người quen của họ
« Regardez notre plus jeune sœur », se dirent-ils.
"Hãy nhìn em gái út của chúng ta này," họ nói với nhau
"Quelle pauvre et stupide créature elle est"
"cô ấy thật là một sinh vật tội nghiệp và ngu ngốc"
"C'est mesquin de se contenter de si peu"
"thật là tệ khi bằng lòng với quá ít"
le gentil marchand était d'un avis tout à fait différent
người thương gia tốt bụng có quan điểm hoàn toàn khác
il savait très bien que Belle éclipsait ses sœurs
anh ấy biết rất rõ rằng vẻ đẹp của cô ấy lấn át chị em cô ấy
elle les a surpassés en caractère ainsi qu'en esprit
cô ấy vượt trội hơn họ về cả tính cách lẫn trí tuệ
il admirait son humilité et son travail acharné
anh ấy ngưỡng mộ sự khiêm tốn và sự chăm chỉ của cô ấy

mais il admirait surtout sa patience
nhưng trên hết anh ấy ngưỡng mộ sự kiên nhẫn của cô ấy
ses sœurs lui ont laissé tout le travail à faire
chị em của cô ấy để lại cho cô ấy tất cả công việc để làm
et ils l'insultaient à chaque instant
và họ đã xúc phạm cô ấy mọi lúc
La famille vivait ainsi depuis environ un an.
Gia đình đã sống như thế này trong khoảng một năm
puis le commerçant a reçu une lettre d'un comptable
sau đó người buôn bán nhận được một lá thư từ một kế toán
il avait un investissement dans un navire
anh ấy đã đầu tư vào một con tàu
et le navire était arrivé sain et sauf
và con tàu đã đến nơi an toàn
Cette nouvelle a fait tourner les têtes des deux filles aînées
này làm cho hai cô con gái lớn phải ngoái đầu lại
ils ont immédiatement eu l'espoir de revenir en ville
họ ngay lập tức có hy vọng trở về thị trấn
parce qu'ils étaient assez fatigués de la vie à la campagne
bởi vì họ khá mệt mỏi với cuộc sống ở nông thôn
ils sont allés vers leur père alors qu'il partait
họ đã đến gặp cha của họ khi ông ấy đang rời đi
ils l'ont supplié de leur acheter de nouveaux vêtements
họ cầu xin anh ấy mua cho họ quần áo mới
des robes, des rubans et toutes sortes de petites choses
váy, ruy băng và đủ thứ đồ nhỏ
mais Belle n'a rien demandé
nhưng vẻ đẹp không đòi hỏi gì cả
parce qu'elle pensait que l'argent ne serait pas suffisant
vì cô ấy nghĩ số tiền đó sẽ không đủ
il n'y aurait pas assez pour acheter tout ce que ses sœurs voulaient
sẽ không đủ để mua mọi thứ mà chị em cô ấy muốn
"Que veux-tu, ma belle ?" demanda son père
"Con muốn gì, người đẹp?" cha cô hỏi.
« Merci, père, pour la bonté de penser à moi », dit-elle

"Cảm ơn cha đã tốt bụng nghĩ đến con", cô nói
« Père, ayez la gentillesse de m'apporter une rose »
"Cha ơi, xin hãy tử tế mang cho con một bông hồng"
"parce qu'aucune rose ne pousse ici dans le jardin"
"vì không có hoa hồng nào mọc ở đây trong vườn"
"et les roses sont une sorte de rareté"
"và hoa hồng là một loại hiếm có"
Belle ne se souciait pas vraiment des roses
Người đẹp thực sự không quan tâm đến hoa hồng
elle a juste demandé quelque chose pour ne pas condamner ses sœurs
cô ấy chỉ yêu cầu một điều là không lên án chị em mình
mais ses sœurs pensaient qu'elle avait demandé des roses pour d'autres raisons
nhưng chị em cô ấy nghĩ rằng cô ấy xin hoa hồng vì lý do khác
"Elle l'a fait juste pour avoir l'air particulière"
"cô ấy làm vậy chỉ để trông đặc biệt thôi"
L'homme gentil est parti en voyage
Người đàn ông tốt bụng đã tiếp tục cuộc hành trình của mình
mais quand il est arrivé, ils se sont disputés à propos de la marchandise
nhưng khi anh ấy đến họ đã tranh cãi về hàng hóa
et après beaucoup d'ennuis, il est revenu aussi pauvre qu'avant
và sau nhiều rắc rối anh ta trở lại nghèo như trước
il était à quelques heures de sa propre maison
anh ấy chỉ cách nhà mình vài giờ
et il imaginait déjà la joie de revoir ses enfants
và anh ấy đã tưởng tượng ra niềm vui khi nhìn thấy con mình
mais en traversant la forêt, il s'est perdu
nhưng khi đi qua khu rừng anh ấy bị lạc
il a plu et neigé terriblement
trời mưa và tuyết rơi rất khủng khiếp
le vent était si fort qu'il l'a fait tomber de son cheval
gió mạnh đến nỗi hất anh ta ngã khỏi ngựa
et la nuit arrivait rapidement

và đêm đang đến nhanh chóng
il a commencé à penser qu'il pourrait mourir de faim
anh ấy bắt đầu nghĩ rằng anh ấy có thể chết đói
et il pensait qu'il pourrait mourir de froid
và anh ấy nghĩ rằng anh ấy có thể chết cóng
et il pensait que les loups pourraient le manger
và anh ấy nghĩ rằng sói có thể ăn thịt anh ấy
les loups qu'il entendait hurler tout autour de lui
những con sói mà anh nghe thấy hú khắp xung quanh anh
mais tout à coup il a vu une lumière
nhưng đột nhiên anh ấy nhìn thấy một ánh sáng
il a vu la lumière au loin à travers les arbres
anh ấy nhìn thấy ánh sáng ở xa qua những cái cây
quand il s'est approché, il a vu que la lumière était un palais
khi anh ta đến gần hơn anh ta thấy ánh sáng là một cung điện
le palais était illuminé de haut en bas
cung điện được chiếu sáng từ trên xuống dưới
le marchand a remercié Dieu pour sa chance
Người buôn bán cảm ơn Chúa vì sự may mắn của mình
et il se précipita vers le palais
và anh ta vội vã đến cung điện
mais il fut surpris de ne voir personne dans le palais
nhưng anh ta ngạc nhiên khi thấy không có ai trong cung điện
la cour était complètement vide
sân hoàn toàn trống rỗng
et il n'y avait aucun signe de vie nulle part
và không có dấu hiệu của sự sống ở bất cứ đâu
son cheval le suivit dans le palais
con ngựa của ông đi theo ông vào cung điện
et puis son cheval a trouvé une grande écurie
và sau đó con ngựa của anh ta tìm thấy một chuồng ngựa lớn
le pauvre animal était presque affamé
con vật tội nghiệp gần như chết đói
alors son cheval est allé chercher du foin et de l'avoine
vì vậy con ngựa của anh ta đi vào để tìm cỏ khô và yến mạch
Heureusement, il a trouvé beaucoup à manger

may mắn thay anh ấy đã tìm thấy đủ thứ để ăn
et le marchand attacha son cheval à la mangeoire
và người thương gia buộc con ngựa của mình vào máng cỏ
En marchant vers la maison, il n'a vu personne
đi về phía ngôi nhà anh ta không thấy ai
mais dans une grande salle il trouva un bon feu
nhưng trong một hội trường lớn anh ta tìm thấy một ngọn lửa tốt
et il a trouvé une table dressée pour une personne
và anh ấy tìm thấy một cái bàn được sắp xếp cho một người
il était mouillé par la pluie et la neige
anh ấy bị ướt vì mưa và tuyết
alors il s'est approché du feu pour se sécher
vì vậy anh ấy đã đến gần lửa để hong khô mình
« **J'espère que le maître de maison m'excusera** »
"Tôi hy vọng chủ nhà sẽ tha thứ cho tôi"
« **Je suppose qu'il ne faudra pas longtemps pour que quelqu'un apparaisse** »
"Tôi cho rằng sẽ không mất nhiều thời gian để có người xuất hiện"
Il a attendu un temps considérable
Anh ấy đã chờ đợi một thời gian đáng kể
il a attendu jusqu'à ce que onze heures sonnent, et toujours personne n'est venu
anh ấy đợi cho đến khi đồng hồ điểm mười một giờ mà vẫn không có ai đến
enfin, il avait tellement faim qu'il ne pouvait plus attendre
cuối cùng anh ấy đói quá nên không thể đợi được nữa
il a pris du poulet et l'a mangé en deux bouchées
anh ấy lấy một ít thịt gà và ăn hết trong hai miếng
il tremblait en mangeant la nourriture
anh ấy run rẩy khi ăn thức ăn
après cela, il a bu quelques verres de vin
sau đó anh ấy uống vài ly rượu
devenant plus courageux, il sortit du hall
trở nên can đảm hơn, anh ta đi ra khỏi hội trường

et il traversa plusieurs grandes salles
và anh ấy đã đi qua nhiều hội trường lớn
il a traversé le palais jusqu'à ce qu'il arrive dans une chambre
anh ta đi qua cung điện cho đến khi anh ta vào một căn phòng
une chambre qui contenait un très bon lit
một căn phòng có một chiếc giường cực kỳ tốt
il était très fatigué par son épreuve
anh ấy rất mệt mỏi vì thử thách của mình
et il était déjà minuit passé
và lúc đó đã quá nửa đêm
alors il a décidé qu'il était préférable de fermer la porte
vì vậy anh ấy quyết định tốt nhất là đóng cửa lại
et il a conclu qu'il devrait aller se coucher
và anh ấy kết luận rằng anh ấy nên đi ngủ
Il était dix heures du matin lorsque le marchand s'est réveillé
Lúc đó là mười giờ sáng khi người thương gia thức dậy
au moment où il allait se lever, il vit quelque chose
ngay khi anh ấy sắp đứng dậy, anh ấy nhìn thấy một thứ gì đó
il a été étonné de voir un ensemble de vêtements propres
anh ấy ngạc nhiên khi nhìn thấy một bộ quần áo sạch sẽ
à l'endroit où il avait laissé ses vêtements sales
ở nơi anh ta đã để lại quần áo bẩn của mình
"ce palais appartient certainement à une sorte de fée"
"chắc chắn cung điện này thuộc về một nàng tiên nào đó"
" une fée qui m'a vu et qui a eu pitié de moi"
" một nàng tiên đã nhìn thấy và thương hại tôi"
il a regardé à travers une fenêtre
anh ấy nhìn qua cửa sổ
mais au lieu de neige, il vit le jardin le plus charmant
nhưng thay vì tuyết, anh nhìn thấy khu vườn đẹp nhất
et dans le jardin il y avait les plus belles roses
và trong vườn có những bông hồng đẹp nhất
il est ensuite retourné dans la grande salle
sau đó anh ta quay trở lại đại sảnh

la salle où il avait mangé de la soupe la veille
căn phòng nơi anh ấy đã ăn súp vào đêm hôm trước
et il a trouvé du chocolat sur une petite table
và anh ấy tìm thấy một ít sô-cô-la trên một chiếc bàn nhỏ
« Merci, bonne Madame la Fée », dit-il à voix haute.
"Cảm ơn bà Tiên tốt bụng," anh nói lớn.
"Merci d'être si attentionné"
"Cảm ơn bạn đã quan tâm"
« Je vous suis extrêmement reconnaissant pour toutes vos faveurs »
"Tôi vô cùng biết ơn anh vì tất cả những ân huệ của anh"
l'homme gentil a bu son chocolat
người đàn ông tốt bụng đã uống sô cô la của mình
et puis il est allé chercher son cheval
và sau đó anh ta đi tìm con ngựa của mình
mais dans le jardin il se souvint de la demande de Belle
nhưng trong vườn anh nhớ lại lời yêu cầu của người đẹp
et il coupa une branche de roses
và anh ấy cắt một nhánh hoa hồng
immédiatement il entendit un grand bruit
Ngay lập tức anh ta nghe thấy một tiếng động lớn
et il vit une bête terriblement effrayante
và anh ta nhìn thấy một con thú vô cùng đáng sợ
il était tellement effrayé qu'il était sur le point de s'évanouir
anh ấy sợ đến nỗi sắp ngất đi
« Tu es bien ingrat », lui dit la bête.
"Ngươi thật là vô ơn," con thú nói với anh ta.
et la bête parla d'une voix terrible
và con thú nói bằng giọng khủng khiếp
« Je t'ai sauvé la vie en te laissant entrer dans mon château »
"Ta đã cứu mạng ngươi bằng cách cho phép ngươi vào lâu đài của ta"
"et pour ça tu me voles mes roses en retour ?"
"và vì thế anh đánh cắp hoa hồng của tôi để đáp lại?"
« Les roses que j'apprécie plus que tout »
"Những bông hồng mà tôi trân trọng hơn bất cứ thứ gì"

"**mais tu mourras pour ce que tu as fait**"
"nhưng ngươi sẽ phải chết vì những gì ngươi đã làm"
« Je ne vous donne qu'un quart d'heure pour vous préparer »
"Tôi chỉ cho anh một phần tư giờ để chuẩn bị"
« Préparez-vous à la mort et dites vos prières »
"hãy chuẩn bị cho cái chết và cầu nguyện"
le marchand tomba à genoux
người buôn bán quỳ xuống
et il leva ses deux mains
và anh ta giơ cả hai tay lên
« Monseigneur, je vous supplie de me pardonner »
"Thưa ngài, tôi cầu xin ngài hãy tha thứ cho tôi"
« Je n'avais aucune intention de t'offenser »
"Tôi không có ý định xúc phạm anh"
« J'ai cueilli une rose pour une de mes filles »
"Tôi hái một bông hồng tặng một trong những cô con gái của tôi"
"**elle m'a demandé de lui apporter une rose**"
"Cô ấy nhờ tôi mang cho cô ấy một bông hồng"
« Je ne suis pas ton seigneur, mais je suis une bête », répondit le monstre
"Ta không phải là chúa tể của ngươi, nhưng ta là một con thú", quái vật trả lời.
« Je n'aime pas les compliments »
"Tôi không thích lời khen"
« J'aime les gens qui parlent comme ils pensent »
"Tôi thích những người nói như họ nghĩ"
« N'imaginez pas que je puisse être ému par la flatterie »
"đừng tưởng tượng rằng tôi có thể bị lay động bởi lời nịnh hót"
« Mais tu dis que tu as des filles »
"Nhưng bạn nói bạn có con gái"
"Je te pardonnerai à une condition"
"Tôi sẽ tha thứ cho anh với một điều kiện"
« L'une de vos filles doit venir volontairement à mon palais »

"một trong những cô con gái của ngươi phải tự nguyện đến cung điện của ta"
"et elle doit souffrir pour toi"
"và cô ấy phải chịu đau khổ vì anh"
« Donne-moi ta parole »
"Hãy để tôi nói lời của bạn"
"et ensuite tu pourras vaquer à tes occupations"
"và sau đó bạn có thể tiếp tục công việc của mình"
« Promets-moi ceci : »
"Hứa với tôi điều này nhé:"
"Si votre fille refuse de mourir pour vous, vous devez revenir dans les trois mois"
"Nếu con gái của ngươi từ chối chết vì ngươi, ngươi phải trở về trong vòng ba tháng"
le marchand n'avait aucune intention de sacrifier ses filles
người thương gia không có ý định hy sinh con gái của mình
mais, comme on lui en donnait le temps, il voulait revoir ses filles une fois de plus
nhưng vì ông được cho thời gian nên ông muốn gặp lại các con gái mình một lần nữa
alors il a promis qu'il reviendrait
vì vậy anh ấy đã hứa sẽ quay lại
et la bête lui dit qu'il pouvait partir quand il le voudrait
và con thú bảo anh ta rằng anh ta có thể lên đường khi anh ta muốn
et la bête lui dit encore une chose
và con thú nói với anh ta thêm một điều nữa
« Tu ne partiras pas les mains vides »
"bạn sẽ không ra về tay không"
« retourne dans la pièce où tu étais allongé »
"trở về căn phòng nơi bạn nằm"
« vous verrez un grand coffre au trésor vide »
"bạn sẽ thấy một chiếc rương kho báu lớn trống rỗng"
« Remplissez le coffre aux trésors avec ce que vous préférez »
"lấp đầy rương kho báu bằng bất cứ thứ gì bạn thích nhất"

"et j'enverrai le coffre au trésor chez toi"
"và tôi sẽ gửi rương kho báu đến nhà bạn"
et en même temps la bête s'est retirée
và cùng lúc đó con thú rút lui
« Eh bien, » se dit le bon homme
"Được rồi," người đàn ông tốt bụng tự nhủ
« Si je dois mourir, je laisserai au moins quelque chose à mes enfants »
"Nếu tôi phải chết, ít nhất tôi cũng phải để lại thứ gì đó cho con cháu tôi"
alors il retourna dans la chambre à coucher
vì vậy anh ấy đã trở lại phòng ngủ
et il a trouvé une grande quantité de pièces d'or
và anh ta đã tìm thấy rất nhiều vàng
il a rempli le coffre au trésor que la bête avait mentionné
anh ta đã lấp đầy rương kho báu mà con thú đã nhắc đến
et il sortit son cheval de l'écurie
và anh ta dắt ngựa ra khỏi chuồng
la joie qu'il ressentait en entrant dans le palais était désormais égale à la douleur qu'il ressentait en le quittant
niềm vui mà anh cảm thấy khi bước vào cung điện giờ đây ngang bằng với nỗi buồn khi anh rời khỏi nó
le cheval a pris un des chemins de la forêt
con ngựa đã đi vào một trong những con đường của khu rừng
et quelques heures plus tard, le bon homme était à la maison
và trong vài giờ người đàn ông tốt bụng đã về nhà
ses enfants sont venus à lui
con cái của ông đã đến với ông
mais au lieu de recevoir leurs étreintes avec plaisir, il les regardait
nhưng thay vì đón nhận cái ôm của họ một cách vui vẻ, anh nhìn họ
il brandit la branche qu'il tenait dans ses mains
anh ấy giơ cành cây anh ấy đang cầm trên tay
et puis il a fondu en larmes
và rồi anh ấy bật khóc

« Belle », dit-il, « s'il te plaît, prends ces roses »
"Người đẹp ơi", anh nói, "hãy nhận lấy những bông hồng này"
"Vous ne pouvez pas savoir à quel point ces roses ont été chères"
"bạn không thể biết những bông hồng này đắt giá thế nào"
"Ces roses ont coûté la vie à ton père"
"Những bông hồng này đã cướp đi mạng sống của cha bạn"
et puis il raconta sa fatale aventure
và sau đó anh ấy kể về cuộc phiêu lưu định mệnh của mình
immédiatement les deux sœurs aînées crièrent
ngay lập tức hai chị gái lớn nhất kêu lên
et ils ont dit beaucoup de choses méchantes à leur belle sœur
và họ đã nói nhiều điều tệ hại với người chị xinh đẹp của họ
mais Belle n'a pas pleuré du tout
nhưng người đẹp không hề khóc
« Regardez l'orgueil de ce petit misérable », dirent-ils.
"Hãy nhìn vào sự kiêu hãnh của thằng khốn nạn đó," họ nói
"elle n'a pas demandé de beaux vêtements"
"cô ấy không yêu cầu quần áo đẹp"
"Elle aurait dû faire ce que nous avons fait"
"cô ấy nên làm những gì chúng ta đã làm"
"elle voulait se distinguer"
"cô ấy muốn phân biệt mình"
"alors maintenant elle sera la mort de notre père"
"vậy thì bây giờ cô ấy sẽ là cái chết của cha chúng ta"
"et pourtant elle ne verse pas une larme"
"và cô ấy vẫn không rơi một giọt nước mắt"
"Pourquoi devrais-je pleurer ?" répondit Belle
"Tại sao tôi phải khóc?" người đẹp trả lời
« pleurer serait très inutile »
"khóc sẽ rất vô ích"
« Mon père ne souffrira pas pour moi »
"Cha tôi sẽ không chịu đau khổ vì tôi"
"le monstre acceptera une de ses filles"
"con quái vật sẽ chấp nhận một trong những cô con gái của mình"

« Je m'offrirai à toute sa fureur »
"Tôi sẽ dâng hiến bản thân mình cho cơn thịnh nộ của ngài"
« Je suis très heureux, car ma mort sauvera la vie de mon père »
"Tôi rất vui vì cái chết của tôi sẽ cứu được mạng sống của cha tôi"
"ma mort sera une preuve de mon amour"
"cái chết của tôi sẽ là bằng chứng cho tình yêu của tôi"
« Non, ma sœur », dirent ses trois frères
"Không, chị ạ," ba anh trai của cô nói.
"cela ne sera pas"
"điều đó sẽ không xảy ra"
"nous allons chercher le monstre"
"chúng ta sẽ đi tìm con quái vật"
"et soit on le tue..."
"và hoặc là chúng ta sẽ giết anh ta..."
« ... ou nous périrons dans cette tentative »
"... hoặc chúng ta sẽ chết trong nỗ lực này"
« N'imaginez rien de tel, mes fils », dit le marchand.
"Các con đừng tưởng tượng ra điều gì như thế," người thương gia nói.
"La puissance de la bête est si grande que je n'ai aucun espoir que tu puisses la vaincre"
"Sức mạnh của con quái thú quá lớn đến nỗi tôi không hy vọng anh có thể chiến thắng nó"
« Je suis charmé par l'offre aimable et généreuse de Belle »
"Tôi bị quyến rũ bởi sự tốt bụng và hào phóng của vẻ đẹp"
"mais je ne peux pas accepter sa générosité"
"nhưng tôi không thể chấp nhận lòng hào phóng của cô ấy"
« Je suis vieux et je n'ai plus beaucoup de temps à vivre »
"Tôi già rồi, không còn sống được bao lâu nữa"
"Je ne peux donc perdre que quelques années"
"vậy nên tôi chỉ có thể mất vài năm"
"un temps que je regrette pour vous, mes chers enfants"
"thời gian mà tôi hối tiếc vì các con, những đứa con yêu dấu của tôi"

« Mais père », dit Belle
"Nhưng cha ơi," người đẹp nói
"tu n'iras pas au palais sans moi"
"Ngươi không được vào cung điện nếu không có ta"
"tu ne peux pas m'empêcher de te suivre"
"bạn không thể ngăn cản tôi theo đuổi bạn"
rien ne pourrait convaincre Belle autrement
không có gì có thể thuyết phục được vẻ đẹp nếu không
elle a insisté pour aller au beau palais
cô ấy nhất quyết muốn đến cung điện đẹp đẽ
et ses sœurs étaient ravies de son insistance
và các chị em của cô ấy rất vui mừng trước sự khăng khăng của cô ấy
Le marchand était inquiet à l'idée de perdre sa fille
Người thương gia lo lắng khi nghĩ đến việc mất đi con gái mình
il était tellement inquiet qu'il avait oublié le coffre rempli d'or
anh ta quá lo lắng đến nỗi quên mất chiếc rương đầy vàng
la nuit, il se retirait pour se reposer et fermait la porte de sa chambre
vào ban đêm, ông nghỉ ngơi và đóng cửa phòng mình lại
puis, à sa grande surprise, il trouva le trésor à côté de son lit
sau đó, anh vô cùng ngạc nhiên khi thấy kho báu ở ngay cạnh giường mình
il était déterminé à ne rien dire à ses enfants
anh ấy quyết tâm không nói với con mình
s'ils savaient, ils auraient voulu retourner en ville
nếu họ biết, họ sẽ muốn quay trở lại thị trấn
et il était résolu à ne pas quitter la campagne
và anh ấy đã quyết định không rời khỏi vùng nông thôn
mais il confia le secret à Belle
nhưng anh ấy tin tưởng vẻ đẹp với bí mật
elle l'informa que deux messieurs étaient venus
cô ấy thông báo với anh ấy rằng có hai quý ông đã đến
et ils ont fait des propositions à ses sœurs

và họ đã đưa ra đề xuất với các chị em của cô ấy
elle a supplié son père de consentir à leur mariage
cô ấy đã cầu xin cha cô ấy đồng ý cho họ kết hôn
et elle lui a demandé de leur donner une partie de sa fortune
và cô ấy yêu cầu anh ấy cho họ một ít tài sản của anh ấy
elle leur avait déjà pardonné
cô ấy đã tha thứ cho họ rồi
les méchantes créatures se frottaient les yeux avec des oignons
những sinh vật độc ác đã dụi mắt bằng hành tây
pour forcer quelques larmes quand ils se sont séparés de leur sœur
để buộc phải rơi nước mắt khi họ chia tay với chị gái của họ
mais ses frères étaient vraiment inquiets
nhưng anh em cô ấy thực sự lo lắng
Belle était la seule à ne pas verser de larmes
Người đẹp là người duy nhất không rơi nước mắt
elle ne voulait pas augmenter leur malaise
cô ấy không muốn làm tăng thêm sự lo lắng của họ
le cheval a pris la route directe vers le palais
con ngựa đi thẳng đến cung điện
et vers le soir ils virent le palais illuminé
và về chiều họ thấy cung điện được thắp sáng
le cheval est rentré à l'écurie
con ngựa lại tự đưa mình vào chuồng
et le bon homme et sa fille entrèrent dans la grande salle
và người đàn ông tốt bụng cùng con gái của ông đã đi vào đại sảnh
ici ils ont trouvé une table magnifiquement dressée
ở đây họ tìm thấy một cái bàn được phục vụ tuyệt vời
le marchand n'avait pas d'appétit pour manger
người buôn bán không có cảm giác thèm ăn
mais Belle s'efforçait de paraître joyeuse
nhưng vẻ đẹp cố gắng tỏ ra vui vẻ
elle s'est assise à table et a aidé son père
cô ấy ngồi xuống bàn và giúp cha cô ấy

mais elle pensait aussi :
nhưng cô cũng tự nghĩ:
"La bête veut sûrement m'engraisser avant de me manger"
"Con thú chắc chắn muốn vỗ béo tôi trước khi ăn thịt tôi"
"c'est pourquoi il offre autant de divertissement"
"đó là lý do tại sao anh ấy cung cấp nhiều sự giải trí như vậy"
après avoir mangé, ils entendirent un grand bruit
sau khi họ ăn xong họ nghe thấy một tiếng động lớn
et le marchand fit ses adieux à son malheureux enfant, les larmes aux yeux
và người thương gia tạm biệt đứa con bất hạnh của mình với đôi mắt đẫm lệ
parce qu'il savait que la bête allait venir
bởi vì anh ta biết con thú đang đến
Belle était terrifiée par sa forme horrible
người đẹp kinh hãi trước hình dạng kinh hoàng của anh ta
mais elle a pris courage du mieux qu'elle a pu
nhưng cô ấy đã lấy hết can đảm hết sức có thể
et le monstre lui a demandé si elle était venue volontairement
và con quái vật hỏi cô ấy có tự nguyện đến không
"Oui, je suis venue volontiers", dit-elle en tremblant
"Vâng, tôi đã tự nguyện đến đây," cô ấy nói trong sự run rẩy.
la bête répondit : « Tu es très bon »
con thú đáp lại, "Ngươi rất tốt"
"et je vous suis très reconnaissant, honnête homme"
"và tôi rất biết ơn anh; người đàn ông trung thực"
« Allez-y demain matin »
"Sáng mai hãy đi đường của anh"
"mais ne pense plus jamais à revenir ici"
"nhưng đừng bao giờ nghĩ đến việc quay lại đây nữa"
« Adieu Belle, adieu bête », répondit-il
"Tạm biệt người đẹp, tạm biệt thú dữ," anh trả lời
et immédiatement le monstre s'est retiré
và ngay lập tức con quái vật rút lui
« Oh, ma fille », dit le marchand

"Ồ, con gái," người thương gia nói.
et il embrassa sa fille une fois de plus
và anh ấy ôm con gái mình một lần nữa
« Je suis presque mort de peur »
"Tôi gần như sợ chết khiếp"
"crois-moi, tu ferais mieux de rentrer"
"tin tôi đi, tốt hơn là anh nên quay lại"
"Laisse-moi rester ici, à ta place"
"hãy để tôi ở lại đây, thay vì anh"
« Non, père », dit Belle d'un ton résolu.
"Không, cha ơi," người đẹp nói với giọng kiên quyết
"tu partiras demain matin"
"bạn sẽ lên đường vào sáng mai"
« Laissez-moi aux soins et à la protection de la Providence »
"hãy để tôi cho sự chăm sóc và bảo vệ của Chúa"
néanmoins ils sont allés se coucher
tuy nhiên họ đã đi ngủ
ils pensaient qu'ils ne fermeraient pas les yeux de la nuit
họ nghĩ rằng họ sẽ không nhắm mắt suốt đêm
mais juste au moment où ils se couchaient, ils s'endormirent
nhưng ngay khi họ nằm xuống họ đã ngủ
La belle rêva qu'une belle dame venait et lui disait :
Người đẹp mơ thấy một người phụ nữ xinh đẹp đến và nói với nàng:
« Je suis content, Belle, de ta bonne volonté »
"Tôi hài lòng, người đẹp, với thiện chí của bạn"
« Cette bonne action de votre part ne restera pas sans récompense »
"Hành động tốt này của bạn sẽ không phải là không được đền đáp"
Belle s'est réveillée et a raconté son rêve à son père
Người đẹp thức dậy và kể cho cha nghe giấc mơ của mình
le rêve l'a aidé à se réconforter un peu
giấc mơ giúp anh ấy an ủi được một chút
mais il ne pouvait s'empêcher de pleurer amèrement en partant

nhưng anh ấy không thể không khóc thảm thiết khi anh ấy rời đi
Dès qu'il fut parti, Belle s'assit dans la grande salle et pleura aussi
Ngay khi anh ta đi rồi, người đẹp ngồi xuống trong đại sảnh và khóc quá
mais elle résolut de ne pas s'inquiéter
nhưng cô ấy quyết định không lo lắng
elle a décidé d'être forte pour le peu de temps qui lui restait à vivre
cô ấy quyết định phải mạnh mẽ trong khoảng thời gian ít ỏi còn lại để sống
parce qu'elle croyait fermement que la bête la mangerait
bởi vì cô ấy tin chắc rằng con thú sẽ ăn thịt cô ấy
Cependant, elle pensait qu'elle pourrait aussi bien explorer le palais
tuy nhiên, cô ấy nghĩ cô ấy cũng có thể khám phá cung điện
et elle voulait voir le beau château
và cô ấy muốn ngắm nhìn lâu đài đẹp đẽ
un château qu'elle ne pouvait s'empêcher d'admirer
một lâu đài mà cô không thể không ngưỡng mộ
c'était un palais délicieusement agréable
đó là một cung điện dễ chịu thú vị
et elle fut extrêmement surprise de voir une porte
và cô ấy vô cùng ngạc nhiên khi nhìn thấy một cánh cửa
et sur la porte il était écrit que c'était sa chambre
và trên cửa có ghi rằng đó là phòng của cô ấy
elle a ouvert la porte à la hâte
cô ấy vội vàng mở cửa
et elle était tout à fait éblouie par la magnificence de la pièce
và cô ấy thực sự choáng ngợp trước sự tráng lệ của căn phòng
ce qui a principalement retenu son attention était une grande bibliothèque
điều chủ yếu thu hút sự chú ý của cô ấy là một thư viện lớn
un clavecin et plusieurs livres de musique
một cây đàn harpsichord và một số sách nhạc

« Eh bien, » se dit-elle
"Được rồi," cô ấy tự nhủ
« Je vois que la bête ne laissera pas mon temps peser sur moi »
"Tôi thấy con thú sẽ không để thời gian của tôi trôi qua một cách nặng nề"
puis elle réfléchit à sa situation
sau đó cô ấy tự suy ngẫm về hoàn cảnh của mình
« Si je devais rester un jour, tout cela ne serait pas là »
"Nếu tôi chỉ ở lại một ngày thì tất cả những điều này đã không xảy ra ở đây"
cette considération lui inspira un courage nouveau
sự cân nhắc này đã truyền cảm hứng cho cô ấy với lòng can đảm mới
et elle a pris un livre de sa nouvelle bibliothèque
và cô ấy đã lấy một cuốn sách từ thư viện mới của cô ấy
et elle lut ces mots en lettres d'or :
và cô ấy đọc những từ này bằng chữ vàng:
« Accueillez Belle, bannissez la peur »
"Chào đón vẻ đẹp, xua tan nỗi sợ hãi"
« Vous êtes reine et maîtresse ici »
"Bạn là nữ hoàng và bà chủ ở đây"
« Exprimez vos souhaits, exprimez votre volonté »
"Hãy nói lên mong muốn của bạn, hãy nói lên ý chí của bạn"
« L'obéissance rapide répond ici à vos souhaits »
"Sự tuân thủ nhanh chóng đáp ứng mong muốn của bạn ở đây"
« Hélas, dit-elle avec un soupir
"Than ôi," cô ấy nói, với một tiếng thở dài
« Ce que je souhaite par-dessus tout, c'est revoir mon pauvre père. »
"Điều tôi mong muốn nhất là được nhìn thấy người cha tội nghiệp của mình"
"et j'aimerais savoir ce qu'il fait"
"và tôi muốn biết anh ấy đang làm gì"
Dès qu'elle eut dit cela, elle remarqua le miroir

Ngay khi cô ấy nói điều này, cô ấy nhận thấy tấm gương
à sa grande surprise, elle vit sa propre maison dans le miroir
cô vô cùng ngạc nhiên khi thấy ngôi nhà của mình trong gương
son père est arrivé émotionnellement épuisé
cha cô ấy đã đến trong tình trạng kiệt sức về mặt cảm xúc
ses sœurs sont allées à sa rencontre
chị em cô ấy đã đến gặp anh ấy
malgré leurs tentatives de paraître tristes, leur joie était visible
mặc dù họ cố tỏ ra buồn bã, nhưng niềm vui của họ vẫn hiện rõ
un instant plus tard, tout a disparu
một lát sau mọi thứ biến mất
et les appréhensions de Belle ont également disparu
và nỗi lo sợ về cái đẹp cũng biến mất
car elle savait qu'elle pouvait faire confiance à la bête
vì cô ấy biết cô ấy có thể tin tưởng con thú
À midi, elle trouva le dîner prêt
Đến trưa cô thấy bữa tối đã sẵn sàng
elle s'est assise à la table
cô ấy ngồi xuống bàn
et elle a été divertie avec un concert de musique
và cô ấy đã được giải trí với một buổi hòa nhạc
même si elle ne pouvait voir personne
mặc dù cô ấy không thể nhìn thấy bất cứ ai
le soir, elle s'est à nouveau assise pour dîner
vào ban đêm cô ấy lại ngồi xuống ăn tối
cette fois elle entendit le bruit que faisait la bête
lần này cô ấy nghe thấy tiếng động mà con thú tạo ra
et elle ne pouvait s'empêcher d'être terrifiée
và cô ấy không thể không sợ hãi
"Belle", dit le monstre
"Vẻ đẹp," con quái vật nói
"est-ce que tu me permets de manger avec toi ?"
"Anh có cho phép em ăn cùng anh không?"

« Fais comme tu veux », répondit Belle en tremblant
"Làm theo ý mình đi," người đẹp trả lời trong sự run rẩy
"Non", répondit la bête
"Không," con thú trả lời.
"tu es seule la maîtresse ici"
"Chỉ có mình cô là chủ nhân ở đây"
"tu peux me renvoyer si je suis gênant"
"bạn có thể đuổi tôi đi nếu tôi gây phiền phức"
« renvoyez-moi et je me retirerai immédiatement »
"Hãy đuổi tôi đi và tôi sẽ rút lui ngay lập tức"
« Mais dis-moi, ne me trouves-tu pas très laide ? »
"Nhưng hãy nói cho tôi biết; anh không thấy tôi xấu xí lắm sao?"
"C'est vrai", dit Belle
"Đúng vậy," người đẹp nói
« Je ne peux pas mentir »
"Tôi không thể nói dối"
"mais je crois que tu es de très bonne nature"
"nhưng tôi tin rằng bạn là người rất tốt bụng"
« Je le suis en effet », dit le monstre
"Tôi thực sự là vậy," con quái vật nói.
« Mais à part ma laideur, je n'ai pas non plus de bon sens »
"Nhưng ngoài sự xấu xí của tôi ra, tôi cũng chẳng có ý thức gì cả"
« Je sais très bien que je suis une créature stupide »
"Tôi biết rõ rằng tôi là một sinh vật ngốc nghếch"
« Ce n'est pas un signe de folie de penser ainsi », répondit Belle.
"Không phải là dấu hiệu của sự ngu ngốc khi nghĩ như vậy", người đẹp trả lời.
« Mange donc, belle », dit le monstre
"Ăn đi, người đẹp," quái vật nói.
« essaie de t'amuser dans ton palais »
"hãy cố gắng tự giải trí trong cung điện của mình"
"tout ici est à toi"
"mọi thứ ở đây đều là của bạn"

"et je serais très mal à l'aise si tu n'étais pas heureux"
"và tôi sẽ rất lo lắng nếu bạn không vui"
« Vous êtes très obligeant », répondit Belle
"Bạn rất tử tế," người đẹp trả lời.
« J'avoue que je suis heureux de votre gentillesse »
"Tôi thừa nhận là tôi hài lòng với lòng tốt của anh"
« et quand je considère votre gentillesse, je remarque à peine vos difformités »
"và khi tôi xem xét lòng tốt của bạn, tôi hầu như không nhận thấy sự dị dạng của bạn"
« Oui, oui, dit la bête, mon cœur est bon.
"Vâng, vâng," con thú nói, "trái tim tôi tốt bụng
"mais même si je suis bon, je suis toujours un monstre"
"nhưng mặc dù tôi tốt, tôi vẫn là một con quái vật"
« Il y a beaucoup d'hommes qui méritent ce nom plus que toi »
"Có nhiều người đàn ông xứng đáng với cái tên đó hơn anh"
"et je te préfère tel que tu es"
"và tôi thích bạn như bạn hiện tại"
"et je te préfère à ceux qui cachent un cœur ingrat"
"và tôi thích bạn hơn những kẻ che giấu một trái tim vô ơn"
"Si seulement j'avais un peu de bon sens", répondit la bête
"Giá như tôi có chút hiểu biết," con thú trả lời
"Si j'avais du bon sens, je vous ferais un beau compliment pour vous remercier"
"Nếu tôi có lý trí thì tôi sẽ khen ngợi bạn một cách tử tế để cảm ơn bạn"
"mais je suis si ennuyeux"
"nhưng tôi buồn tẻ quá"
« Je peux seulement dire que je vous suis très reconnaissant »
"Tôi chỉ có thể nói rằng tôi rất biết ơn bạn"
Belle a mangé un copieux souper
người đẹp đã ăn một bữa tối thịnh soạn
et elle avait presque vaincu sa peur du monstre
và cô ấy đã gần như chế ngự được nỗi sợ hãi của mình về con

quái vật
mais elle a voulu s'évanouir lorsque la bête lui a posé la question suivante
nhưng cô ấy muốn ngất đi khi con thú hỏi cô ấy câu hỏi tiếp theo
"Belle, veux-tu être ma femme ?"
"Người đẹp ơi, em có đồng ý làm vợ anh không?"
elle a mis du temps avant de pouvoir répondre
cô ấy mất một lúc mới có thể trả lời
parce qu'elle avait peur de le mettre en colère
vì cô ấy sợ làm anh ấy tức giận
Mais finalement elle dit "non, bête"
cuối cùng, tuy nhiên, cô ấy đã nói "không, đồ thú vật"
immédiatement le pauvre monstre siffla très effroyablement
ngay lập tức con quái vật tội nghiệp rít lên rất đáng sợ
et tout le palais résonna
và toàn bộ cung điện vang vọng
mais Belle se remit bientôt de sa frayeur
nhưng người đẹp đã sớm hồi phục sau nỗi sợ hãi
parce que la bête parla encore d'une voix lugubre
vì con thú lại nói bằng giọng buồn thảm
"Alors adieu, Belle"
"vậy thì tạm biệt nhé, người đẹp"
et il ne se retournait que de temps en temps
và anh ấy chỉ thỉnh thoảng quay lại
de la regarder alors qu'il sortait
nhìn cô ấy khi anh ấy đi ra ngoài
maintenant Belle était à nouveau seule
bây giờ vẻ đẹp lại một mình
elle ressentait beaucoup de compassion
cô ấy cảm thấy rất thương cảm
"Hélas, c'est mille fois dommage"
"Than ôi, thật là đáng tiếc"
"tout ce qui est si bon ne devrait pas être si laid"
"bất cứ điều gì tốt đẹp như vậy thì không nên xấu xí như vậy"
Belle a passé trois mois très heureuse dans le palais

Người đẹp đã dành ba tháng rất mãn nguyện trong cung điện
chaque soir la bête lui rendait visite
Mỗi buổi tối con thú đều đến thăm cô
et ils ont parlé pendant le dîner
và họ nói chuyện trong bữa tối
ils ont parlé avec bon sens
họ nói chuyện với sự hiểu biết thông thường
mais ils ne parlaient pas avec ce que les gens appellent de l'esprit
nhưng họ không nói chuyện với những gì mọi người gọi là sự dí dỏm
Belle a toujours découvert un caractère précieux dans la bête
cái đẹp luôn khám phá ra một số tính cách có giá trị ở con thú
et elle s'était habituée à sa difformité
và cô ấy đã quen với sự dị dạng của anh ấy
elle ne redoutait plus le moment de sa visite
cô ấy không còn sợ hãi thời gian anh ấy đến thăm nữa
maintenant elle regardait souvent sa montre
bây giờ cô ấy thường nhìn đồng hồ của mình
et elle ne pouvait pas attendre qu'il soit neuf heures
và cô ấy không thể chờ đến chín giờ
car la bête ne manquait jamais de venir à cette heure-là
bởi vì con thú không bao giờ bỏ lỡ việc đến vào giờ đó
il n'y avait qu'une seule chose qui concernait Belle
chỉ có một điều liên quan đến cái đẹp
chaque soir avant d'aller au lit, la bête lui posait la même question
Mỗi đêm trước khi cô ấy đi ngủ, con thú đều hỏi cô ấy cùng một câu hỏi
le monstre lui a demandé si elle voulait être sa femme
con quái vật hỏi cô ấy liệu cô ấy có muốn làm vợ anh ta không
un jour elle lui dit : "bête, tu me mets très mal à l'aise"
một ngày nọ cô ấy nói với anh ta, "con thú, anh làm tôi rất khó chịu"
« J'aimerais pouvoir consentir à t'épouser »
"Ước gì tôi có thể đồng ý cưới em"

"**mais je suis trop sincère pour te faire croire que je t'épouserais**"
"nhưng anh quá chân thành để khiến em tin rằng anh sẽ cưới em"
"**Notre mariage n'aura jamais lieu**"
"cuộc hôn nhân của chúng ta sẽ không bao giờ xảy ra"
« **Je te verrai toujours comme un ami** »
"Tôi sẽ luôn coi bạn là bạn"
"**S'il vous plaît, essayez d'être satisfait de cela**"
"hãy cố gắng hài lòng với điều này"
« **Je dois me contenter de cela** », dit la bête
"Ta phải hài lòng với điều này," con thú nói.
« **Je connais mon propre malheur** »
"Tôi biết sự bất hạnh của mình"
"**mais je t'aime avec la plus tendre affection**"
"nhưng anh yêu em bằng tình cảm dịu dàng nhất "
« **Cependant, je devrais me considérer comme heureux** »
"Tuy nhiên, tôi nên coi mình là hạnh phúc"
"**et je serais heureux que tu restes ici**"
"và tôi sẽ rất vui khi bạn ở lại đây"
"**promets-moi de ne jamais me quitter**"
"hứa với em là đừng bao giờ rời xa em"
Belle rougit à ces mots
người đẹp đỏ mặt vì những lời này
Un jour, Belle se regardait dans son miroir
một ngày nọ người đẹp đang nhìn vào gương
son père s'était inquiété à mort pour elle
cha cô đã lo lắng đến phát ốm vì cô
elle avait plus que jamais envie de le revoir
cô ấy mong muốn được gặp lại anh ấy hơn bao giờ hết
« **Je pourrais te promettre de ne jamais te quitter complètement** »
"Anh có thể hứa sẽ không bao giờ rời xa em hoàn toàn"
"**mais j'ai tellement envie de voir mon père**"
"nhưng tôi rất mong muốn được gặp cha tôi"
« **Je serais terriblement contrarié si tu disais non** »

"Tôi sẽ vô cùng tức giận nếu anh nói không"
« Je préfère mourir moi-même », dit le monstre
"Tôi thà chết còn hơn," con quái vật nói.
« Je préférerais mourir plutôt que de te mettre mal à l'aise »
"Tôi thà chết còn hơn khiến anh cảm thấy bất an"
« Je t'enverrai vers ton père »
"Ta sẽ gửi ngươi đến gặp cha ngươi"
"tu resteras avec lui"
"bạn sẽ ở lại với anh ấy"
"et cette malheureuse bête mourra de chagrin à la place"
"và con thú bất hạnh này sẽ chết trong đau buồn thay"
« Non », dit Belle en pleurant
"Không," người đẹp nói, vừa khóc vừa nói
"Je t'aime trop pour être la cause de ta mort"
"Anh yêu em quá nhiều để có thể là nguyên nhân gây ra cái chết của em"
"Je te promets de revenir dans une semaine"
"Tôi hứa sẽ quay lại sau một tuần"
« Tu m'as montré que mes sœurs sont mariées »
"Bạn đã cho tôi thấy rằng các chị em của tôi đã kết hôn"
« et mes frères sont partis à l'armée »
"và anh em tôi đã đi lính"
« laisse-moi rester une semaine avec mon père, car il est seul »
"cho tôi ở lại với bố một tuần, vì bố ở một mình"
« Tu seras là demain matin », dit la bête
"Sáng mai ngươi sẽ ở đó," con thú nói.
"mais souviens-toi de ta promesse"
"nhưng hãy nhớ lời hứa của bạn"
« Il vous suffit de poser votre bague sur une table avant d'aller vous coucher »
"Bạn chỉ cần đặt chiếc nhẫn lên bàn trước khi đi ngủ"
"et alors tu seras ramené avant le matin"
"và sau đó bạn sẽ được đưa trở lại trước khi trời sáng"
« Adieu chère Belle », soupira la bête
"Tạm biệt người đẹp thân yêu," con thú thở dài

Belle s'est couchée très triste cette nuit-là
Người đẹp đã đi ngủ rất buồn vào đêm đó
parce qu'elle ne voulait pas voir la bête si inquiète
vì cô ấy không muốn nhìn thấy con thú lo lắng như vậy
le lendemain matin, elle se retrouva chez son père
sáng hôm sau cô thấy mình đang ở nhà cha cô
elle a sonné une petite cloche à côté de son lit
cô ấy rung một chiếc chuông nhỏ bên giường
et la servante poussa un grand cri
và người hầu gái hét lên một tiếng lớn
et son père a couru à l'étage
và cha cô chạy lên lầu
il pensait qu'il allait mourir de joie
anh ấy nghĩ rằng anh ấy sẽ chết vì vui sướng
il l'a tenue dans ses bras pendant un quart d'heure
anh ấy ôm cô ấy trong vòng tay trong một phần tư giờ
Finalement, les premières salutations étaient terminées
cuối cùng lời chào đầu tiên đã kết thúc
Belle a commencé à penser à sortir du lit
người đẹp bắt đầu nghĩ đến việc ra khỏi giường
mais elle s'est rendu compte qu'elle n'avait apporté aucun vêtement
nhưng cô nhận ra cô không mang theo quần áo
mais la servante lui a dit qu'elle avait trouvé une boîte
nhưng người hầu gái nói với cô ấy rằng cô ấy đã tìm thấy một chiếc hộp
le grand coffre était plein de robes et de robes
cái rương lớn chứa đầy váy áo và áo dài
chaque robe était couverte d'or et de diamants
mỗi chiếc váy đều được phủ vàng và kim cương
La Belle a remercié la Bête pour ses bons soins
người đẹp cảm ơn con thú vì sự chăm sóc ân cần của nó
et elle a pris l'une des robes les plus simples
và cô ấy đã lấy một trong những chiếc váy đơn giản nhất
elle avait l'intention de donner les autres robes à ses sœurs
cô ấy định tặng những chiếc váy khác cho chị em mình

mais à cette pensée le coffre de vêtements disparut
nhưng khi nghĩ đến điều đó thì cái rương đựng quần áo đã biến mất
la bête avait insisté sur le fait que les vêtements étaient pour elle seulement
con thú đã khăng khăng rằng quần áo chỉ dành cho cô ấy
son père lui a dit que c'était le cas
cha cô ấy đã nói với cô ấy rằng đây là trường hợp
et aussitôt le coffre de vêtements est revenu
và ngay lập tức rương quần áo lại trở về
Belle s'est habillée avec ses nouveaux vêtements
người đẹp đã mặc cho mình những bộ quần áo mới
et pendant ce temps les servantes allèrent chercher ses sœurs
và trong khi đó những người hầu gái đã đi tìm chị gái của cô ấy
ses deux sœurs étaient avec leurs maris
cả hai chị gái của cô ấy đều ở với chồng của họ
mais ses deux sœurs étaient très malheureuses
nhưng cả hai chị gái của cô đều rất không vui
sa sœur aînée avait épousé un très beau gentleman
chị cả của cô ấy đã kết hôn với một người đàn ông rất đẹp trai
mais il était tellement amoureux de lui-même qu'il négligeait sa femme
nhưng anh ta quá yêu bản thân mình đến nỗi bỏ bê vợ mình
sa deuxième sœur avait épousé un homme spirituel
chị gái thứ hai của cô đã kết hôn với một người đàn ông dí dỏm
mais il a utilisé son esprit pour tourmenter les gens
nhưng anh ta đã dùng sự hóm hỉnh của mình để hành hạ mọi người
et il tourmentait surtout sa femme
và anh ta hành hạ vợ mình nhất
Les sœurs de Belle l'ont vue habillée comme une princesse
chị em của người đẹp thấy cô ấy ăn mặc như một công chúa
et ils furent écœurés d'envie
và họ phát ốm vì ghen tị

maintenant elle était plus belle que jamais
bây giờ cô ấy đẹp hơn bao giờ hết
son comportement affectueux n'a pas pu étouffer leur jalousie
hành vi trìu mến của cô ấy không thể ngăn chặn sự ghen tuông của họ
elle leur a dit combien elle était heureuse avec la bête
cô ấy nói với họ rằng cô ấy hạnh phúc thế nào khi có con thú đó
et leur jalousie était prête à éclater
và sự ghen tị của họ đã sẵn sàng bùng nổ
Ils descendirent dans le jardin pour pleurer leur malheur
Họ đi xuống vườn để khóc về sự bất hạnh của họ
« En quoi cette petite créature est-elle meilleure que nous ? »
"Sinh vật nhỏ bé này tốt hơn chúng ta ở điểm nào?"
« Pourquoi devrait-elle être tellement plus heureuse ? »
"Tại sao cô ấy lại có thể hạnh phúc hơn thế?"
« Sœur », dit la sœur aînée
"Chị ơi," người chị lớn nói.
"une pensée vient de me traverser l'esprit"
"một ý nghĩ vừa lóe lên trong đầu tôi"
« Essayons de la garder ici plus d'une semaine »
"chúng ta hãy cố gắng giữ cô ấy ở đây hơn một tuần"
"Peut-être que cela fera enrager ce monstre idiot"
"có lẽ điều này sẽ làm con quái vật ngốc nghếch kia nổi giận"
« parce qu'elle aurait manqué à sa parole »
"vì cô ấy sẽ phá vỡ lời hứa của mình"
"et alors il pourrait la dévorer"
"và sau đó anh ta có thể nuốt chửng cô ấy"
"C'est une excellente idée", répondit l'autre sœur
"Đó là một ý tưởng tuyệt vời", người chị kia trả lời
« Nous devons lui montrer autant de gentillesse que possible »
"chúng ta phải thể hiện lòng tốt với cô ấy nhiều nhất có thể"
les sœurs en ont fait leur résolution
các chị em đã đưa ra quyết định này

et ils se sont comportés très affectueusement envers leur sœur
và họ cư xử rất trìu mến với chị gái của họ
pauvre Belle pleurait de joie à cause de toute leur gentillesse
người đẹp tội nghiệp khóc vì vui mừng trước lòng tốt của họ
quand la semaine fut expirée, ils pleurèrent et s'arrachèrent les cheveux
khi tuần lễ kết thúc, họ khóc và giật tóc
ils semblaient si désolés de se séparer d'elle
họ có vẻ rất tiếc khi phải chia tay cô ấy
et Belle a promis de rester une semaine de plus
và vẻ đẹp hứa hẹn sẽ ở lại thêm một tuần nữa
Pendant ce temps, Belle ne pouvait s'empêcher de réfléchir sur elle-même
Trong khi đó, người đẹp không thể không suy ngẫm về chính mình
elle s'inquiétait de ce qu'elle faisait à la pauvre bête
cô ấy lo lắng không biết cô ấy đang làm gì với con vật tội nghiệp
elle sait qu'elle l'aimait sincèrement
cô ấy biết rằng cô ấy thực sự yêu anh ấy
et elle avait vraiment envie de le revoir
và cô ấy thực sự mong muốn được gặp lại anh ấy
la dixième nuit qu'elle a passée chez son père aussi
đêm thứ mười cô ấy cũng ở nhà cha cô ấy
elle a rêvé qu'elle était dans le jardin du palais
cô ấy mơ thấy mình đang ở trong khu vườn cung điện
et elle rêva qu'elle voyait la bête étendue sur l'herbe
và cô ấy mơ thấy con thú nằm dài trên cỏ
il semblait lui faire des reproches d'une voix mourante
anh ta dường như trách móc cô bằng giọng nói hấp hối
et il l'accusa d'ingratitude
và anh ta cáo buộc cô ấy là vô ơn
Belle s'est réveillée de son sommeil
người đẹp thức dậy sau giấc ngủ
et elle a fondu en larmes

và cô ấy bật khóc

« Ne suis-je pas très méchant ? »

"Tôi không phải là người rất độc ác sao?"

« N'était-ce pas cruel de ma part d'agir si méchamment envers la bête ? »

"Chẳng phải tôi rất tàn nhẫn khi đối xử tàn nhẫn với con thú đó sao?"

"la bête a tout fait pour me faire plaisir"

"con thú đã làm mọi thứ để làm hài lòng tôi"

« Est-ce sa faute s'il est si laid ? »

"Có phải lỗi của anh ta là anh ta xấu xí như vậy không?"

« Est-ce sa faute s'il a si peu d'esprit ? »

"Có phải lỗi của anh ta là anh ta quá kém thông minh không?"

« Il est gentil et bon, et cela suffit »

"Anh ấy tốt bụng và tử tế, thế là đủ"

« Pourquoi ai-je refusé de l'épouser ? »

"Tại sao tôi lại từ chối kết hôn với anh ấy?"

« Je devrais être heureux avec le monstre »

"Tôi nên vui mừng với con quái vật"

« regarde les maris de mes sœurs »

"hãy nhìn chồng của các chị em tôi"

« Ni l'esprit, ni la beauté ne les rendent bons »

"cả sự hóm hỉnh hay vẻ ngoài đẹp trai đều không làm cho họ trở nên tốt"

« aucun de leurs maris ne les rend heureuses »

"không ai trong số những người chồng của họ làm cho họ hạnh phúc"

« mais la vertu, la douceur de caractère et la patience »

"nhưng đức hạnh, tính tình ngọt ngào và sự kiên nhẫn"

"ces choses rendent une femme heureuse"

"những điều này làm cho phụ nữ hạnh phúc"

"et la bête a toutes ces qualités précieuses"

"và con thú có tất cả những phẩm chất đáng quý này"

"c'est vrai, je ne ressens pas de tendresse et d'affection pour lui"

"Đúng vậy; tôi không cảm thấy tình cảm dịu dàng dành cho

anh ấy"
"mais je trouve que j'éprouve la plus grande gratitude envers lui"
"nhưng tôi thấy tôi vô cùng biết ơn anh ấy"
"et j'ai la plus haute estime pour lui"
"và tôi vô cùng kính trọng anh ấy"
"et il est mon meilleur ami"
"và anh ấy là bạn thân nhất của tôi"
« Je ne le rendrai pas malheureux »
"Tôi sẽ không làm anh ấy đau khổ"
« Si j'étais si ingrat, je ne me le pardonnerais jamais »
"Nếu tôi vô ơn đến thế thì tôi sẽ không bao giờ tha thứ cho chính mình"
Belle a posé sa bague sur la table
người đẹp đặt chiếc nhẫn của mình lên bàn
et elle est retournée au lit
và cô ấy lại đi ngủ
à peine était-elle au lit qu'elle s'endormit
cô ấy hiếm khi ở trên giường trước khi cô ấy ngủ thiếp đi
elle s'est réveillée à nouveau le lendemain matin
cô ấy lại thức dậy vào sáng hôm sau
et elle était ravie de se retrouver dans le palais de la bête
và cô ấy vô cùng vui mừng khi thấy mình đang ở trong cung điện của quái thú
elle a mis une de ses plus belles robes pour lui faire plaisir
cô ấy mặc một trong những chiếc váy đẹp nhất của mình để làm anh ấy hài lòng
et elle attendait patiemment le soir
và cô ấy kiên nhẫn chờ đợi buổi tối
enfin l' heure tant souhaitée est arrivée
cuối cùng giờ phút mong đợi đã đến
L'horloge a sonné neuf heures, mais aucune bête n'est apparue
đồng hồ đã điểm chín giờ nhưng vẫn chưa có con thú nào xuất hiện
La belle craignit alors d'avoir été la cause de sa mort

Người đẹp sau đó lo sợ rằng cô chính là nguyên nhân gây ra cái chết của anh ta
elle a couru en pleurant dans tout le palais
cô ấy vừa chạy vừa khóc khắp cung điện
après l'avoir cherché partout, elle se souvint de son rêve
sau khi đã tìm kiếm anh khắp nơi, cô nhớ lại giấc mơ của mình
et elle a couru vers le canal dans le jardin
và cô ấy chạy đến kênh đào trong vườn
là elle a trouvé la pauvre bête étendue
ở đó cô ấy thấy con vật tội nghiệp đang nằm dài
et elle était sûre de l'avoir tué
và cô ấy chắc chắn rằng cô ấy đã giết anh ta
elle se jeta sur lui sans aucune crainte
cô ấy lao vào anh ta mà không hề sợ hãi
son cœur battait encore
trái tim anh ấy vẫn còn đập
elle est allée chercher de l'eau au canal
cô ấy lấy một ít nước từ kênh đào
et elle versa l'eau sur sa tête
và cô ấy đổ nước lên đầu anh ấy
la bête ouvrit les yeux et parla à Belle
con thú mở mắt và nói chuyện với người đẹp
« Tu as oublié ta promesse »
"Anh quên lời hứa rồi"
« J'étais tellement navrée de t'avoir perdu »
"Anh đã rất đau khổ khi mất em"
« J'ai décidé de me laisser mourir de faim »
"Tôi quyết định nhịn đói"
"mais j'ai le bonheur de te revoir une fois de plus"
"nhưng tôi rất vui khi được gặp lại em"
"j'ai donc le plaisir de mourir satisfait"
"vì vậy tôi có niềm vui được chết một cách mãn nguyện"
« Non, chère bête », dit Belle, « tu ne dois pas mourir »
"Không, con thú thân yêu," người đẹp nói, "ngươi không được chết"

« Vis pour être mon mari »
"Sống để làm chồng của tôi"
"à partir de maintenant je te donne ma main"
"từ lúc này anh trao em bàn tay anh"
"et je jure de n'être que le tien"
"và tôi thề sẽ không là ai khác ngoài em"
« Hélas ! Je pensais n'avoir que de l'amitié pour toi »
"Than ôi! Tôi nghĩ tôi chỉ có tình bạn với anh thôi"
« mais la douleur que je ressens maintenant m'en convainc »
;
"nhưng nỗi đau buồn mà tôi đang cảm thấy đã thuyết phục tôi;"
"Je ne peux pas vivre sans toi"
"Anh không thể sống thiếu em"
Belle avait à peine prononcé ces mots lorsqu'elle vit une lumière
Người đẹp hiếm hoi đã nói những lời này khi cô ấy nhìn thấy một ánh sáng
le palais scintillait de lumière
cung điện lấp lánh ánh sáng
des feux d'artifice ont illuminé le ciel
pháo hoa thắp sáng bầu trời
et l'air rempli de musique
và không khí tràn ngập âm nhạc
tout annonçait un grand événement
mọi thứ đều báo hiệu một sự kiện lớn
mais rien ne pouvait retenir son attention
nhưng không có gì có thể giữ được sự chú ý của cô ấy
elle s'est tournée vers sa chère bête
cô ấy quay sang con thú cưng của mình
la bête pour laquelle elle tremblait de peur
con thú mà cô ấy run rẩy vì sợ hãi
mais sa surprise fut grande face à ce qu'elle vit !
nhưng cô ấy vô cùng ngạc nhiên trước những gì mình nhìn thấy!
la bête avait disparu

con thú đã biến mất
Au lieu de cela, elle a vu le plus beau prince
thay vào đó cô ấy nhìn thấy hoàng tử đẹp trai nhất
elle avait mis fin au sort
cô ấy đã chấm dứt câu thần chú
un sort sous lequel il ressemblait à une bête
một câu thần chú khiến anh ta trông giống một con thú
ce prince était digne de toute son attention
hoàng tử này xứng đáng nhận được sự chú ý của cô ấy
mais elle ne pouvait s'empêcher de demander où était la bête
nhưng cô không thể không hỏi con thú ở đâu
« Vous le voyez à vos pieds », dit le prince
"Bạn thấy anh ấy ở dưới chân bạn," hoàng tử nói
« Une méchante fée m'avait condamné »
"Một bà tiên độc ác đã kết án tôi"
« Je devais rester dans cette forme jusqu'à ce qu'une belle princesse accepte de m'épouser »
"Tôi phải giữ nguyên hình dạng đó cho đến khi một nàng công chúa xinh đẹp đồng ý cưới tôi"
"la fée a caché ma compréhension"
"nàng tiên đã che giấu sự hiểu biết của tôi"
« tu étais le seul assez généreux pour être charmé par la bonté de mon caractère »
"Anh là người duy nhất đủ hào phóng để bị quyến rũ bởi tính tình tốt của tôi"
Belle était agréablement surprise
người đẹp đã rất ngạc nhiên và vui mừng
et elle donna sa main au charmant prince
và cô ấy đã trao tay cho hoàng tử quyến rũ
ils sont allés ensemble au château
họ cùng nhau đi vào lâu đài
et Belle fut ravie de retrouver son père au château
và người đẹp vô cùng vui mừng khi tìm thấy cha mình trong lâu đài
et toute sa famille était là aussi
và cả gia đình cô ấy cũng ở đó

même la belle dame qui lui était apparue dans son rêve était là
thậm chí cả người phụ nữ xinh đẹp xuất hiện trong giấc mơ của cô ấy cũng ở đó
"Belle", dit la dame du rêve
"Người đẹp," người phụ nữ trong mơ nói
« viens et reçois ta récompense »
"hãy đến và nhận phần thưởng của bạn"
« Vous avez préféré la vertu à l'esprit ou à l'apparence »
"bạn đã coi trọng đức hạnh hơn trí tuệ hoặc ngoại hình"
"et tu mérites quelqu'un chez qui ces qualités sont réunies"
"và bạn xứng đáng có một người có những phẩm chất này hội tụ"
"tu vas être une grande reine"
"bạn sẽ trở thành một nữ hoàng vĩ đại"
« J'espère que le trône ne diminuera pas votre vertu »
"Tôi hy vọng ngai vàng sẽ không làm giảm đức hạnh của bạn"
puis la fée se tourna vers les deux sœurs
rồi bà tiên quay sang hai chị em
« J'ai vu à l'intérieur de vos cœurs »
"Ta đã nhìn thấy bên trong trái tim các ngươi"
"et je connais toute la méchanceté que contiennent vos cœurs"
"và tôi biết tất cả sự độc ác trong trái tim các người"
« Vous deux deviendrez des statues »
"Hai người sẽ trở thành tượng đá"
"mais vous garderez votre esprit"
"nhưng bạn sẽ giữ được tâm trí của mình"
« Tu te tiendras aux portes du palais de ta sœur »
"Ngươi sẽ đứng ở cổng cung điện của chị gái ngươi"
"Le bonheur de ta sœur sera ta punition"
"Hạnh phúc của em gái ngươi sẽ là hình phạt cho ngươi"
« vous ne pourrez pas revenir à vos anciens états »
"bạn sẽ không thể trở lại trạng thái trước đây của mình"
« à moins que vous n'admettiez tous les deux vos fautes »
"trừ khi cả hai đều thừa nhận lỗi lầm của mình"

"mais je prévois que vous resterez toujours des statues"
"nhưng tôi thấy trước rằng các người sẽ mãi mãi chỉ là tượng"
« L'orgueil, la colère, la gourmandise et l'oisiveté sont parfois vaincus »
"kiêu hãnh, tức giận, tham ăn và lười biếng đôi khi bị chế ngự"
" mais la conversion des esprits envieux et malveillants sont des miracles "
" nhưng sự chuyển hóa của những tâm trí đố kỵ và độc ác là phép lạ"
immédiatement la fée donna un coup de baguette
ngay lập tức bà tiên vung đũa phép của mình
et en un instant tous ceux qui étaient dans la salle furent transportés
và trong chốc lát tất cả những người trong hội trường đều được đưa đi
ils étaient entrés dans les domaines du prince
họ đã đi vào lãnh thổ của hoàng tử
les sujets du prince l'ont reçu avec joie
thần dân của hoàng tử đã đón tiếp ông với niềm vui
le prêtre a épousé Belle et la bête
vị linh mục đã kết hôn với người đẹp và quái vật
et il a vécu avec elle de nombreuses années
và anh ấy đã sống với cô ấy nhiều năm
et leur bonheur était complet
và hạnh phúc của họ đã trọn vẹn
parce que leur bonheur était fondé sur la vertu
bởi vì hạnh phúc của họ được xây dựng trên đức hạnh

La fin
Kết thúc

www.tranzlaty.com

www.ingramcontent.com/pod-product-compliance
Lightning Source LLC
Chambersburg PA
CBHW011554070526
44585CB00023B/2590